Uppáhalds fractal mín
1. bindi
skrifað af David E. McAdams

Myndir í þessari bók voru búnar til með Fractal Forge. Fractal Forge er hægt að hlaða niður frá https://sourceforge.net/projects/fractalforge/.

Copyright 2021, Life is a Story Problem, LLC. Allur réttur áskilinn. Engan hluta þessa skjals má afrita, afrita eða geyma á nokkurn hátt án skriflegs samþykkis höfundarréttarhafa.

Bækur eftir David E. McAdams

Páfagauka litir – Kynning á hugmyndinni um liti. Fyrir leikskólabörn.
Blómalitir – Kynning á hugmyndinni um liti. Fyrir leikskólabörn.
Geimlitir – Kynning á hugmyndinni um liti. Fyrir leikskólabörn.
Form – Kynning á formum. Fyrir leikskólabörn.
Numbers – (Á ensku) Kynning á hugtakinu tölur. Fyrir bekk K-2.
What is Bigger Than Anything? (Infinity) – (Á ensku) Kynning á hugmyndinni um óendanleika. Fyrir 3-6 bekk.
Swing sets (Sets) – (Á ensku) Kynning á mengjafræði. Fyrir 2-4 bekk.
One Penny, Two – (Á ensku) Ef eyrir Sig tvöfaldast á hverjum degi, hversu lengi þangað til hann getur keypt dökkgrænan sportbíl? Fyrir 3-6 bekk.
Learning With Money Activity Kit – (Á ensku) Kenna stórum tölum og telja með yfir $1.000.000 í leikpeningum.
Uppáhalds Fractal mín (bindi 1, 2) – Myndabækur af dásamlegum brottölum settar fram sem myndir í hárri upplausn. Fyrir allan aldur.
All Math Words Dictionary – (Á ensku) Stærðfræðiorðabók fyrir nemendur í foralgebru, algebru, rúmfræði og reikningi.
The First Million Digits of Pi – (Á ensku) Fyrstu milljón tölustafir í pí. Fyrir allan aldur.
The First Million Digits of e – (Á ensku) Fyrstu milljón tölustafir í Euler-föstu e. Fyrir allan aldur.
The Square Root of 2 to One Million Digits – (Á ensku) Fyrstu milljón tölustafir kvaðratrótarinnar af 2. Fyrir allan aldur.
The First Hundred Thousand Prime Numbers – (Á ensku) Fyrstu hundrað þúsund frumtölurnar. Fyrir allan aldur.
Geometric Nets Project Book – (Á ensku) 80 geómetrísk net til að afrita, klippa út og líma saman í þrívíddar marghnetur. Fyrir 9 ára og eldri.
Geometric Nets Mega Project Book – (Á ensku) 253 geómetrísk net til að afrita, klippa út og líma saman í þrívíddar marghnetur. Fyrir 9 ára og eldri.

Fyrir uppfærðan lista, sjá https://www.DEMcAdams.com.

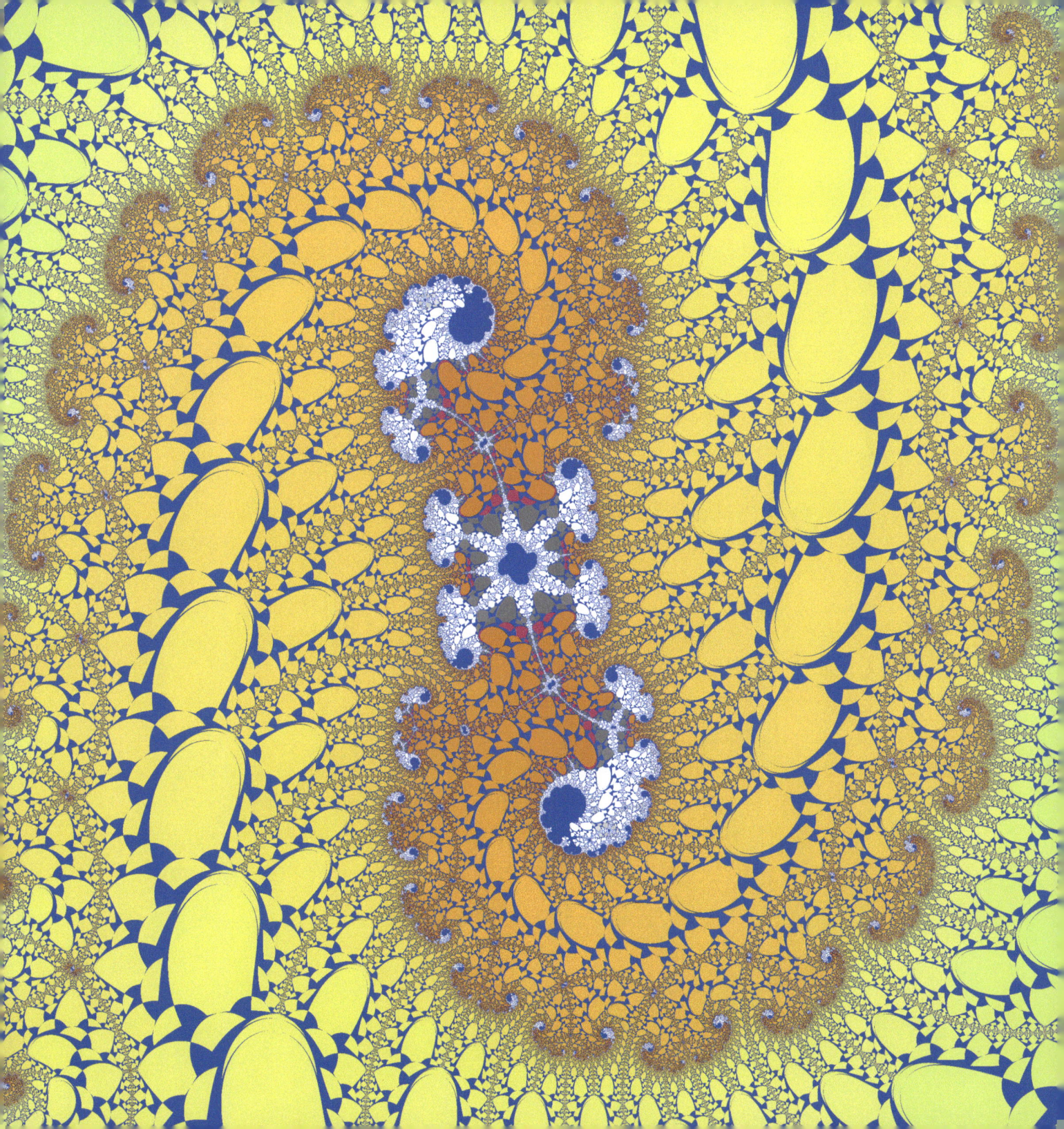

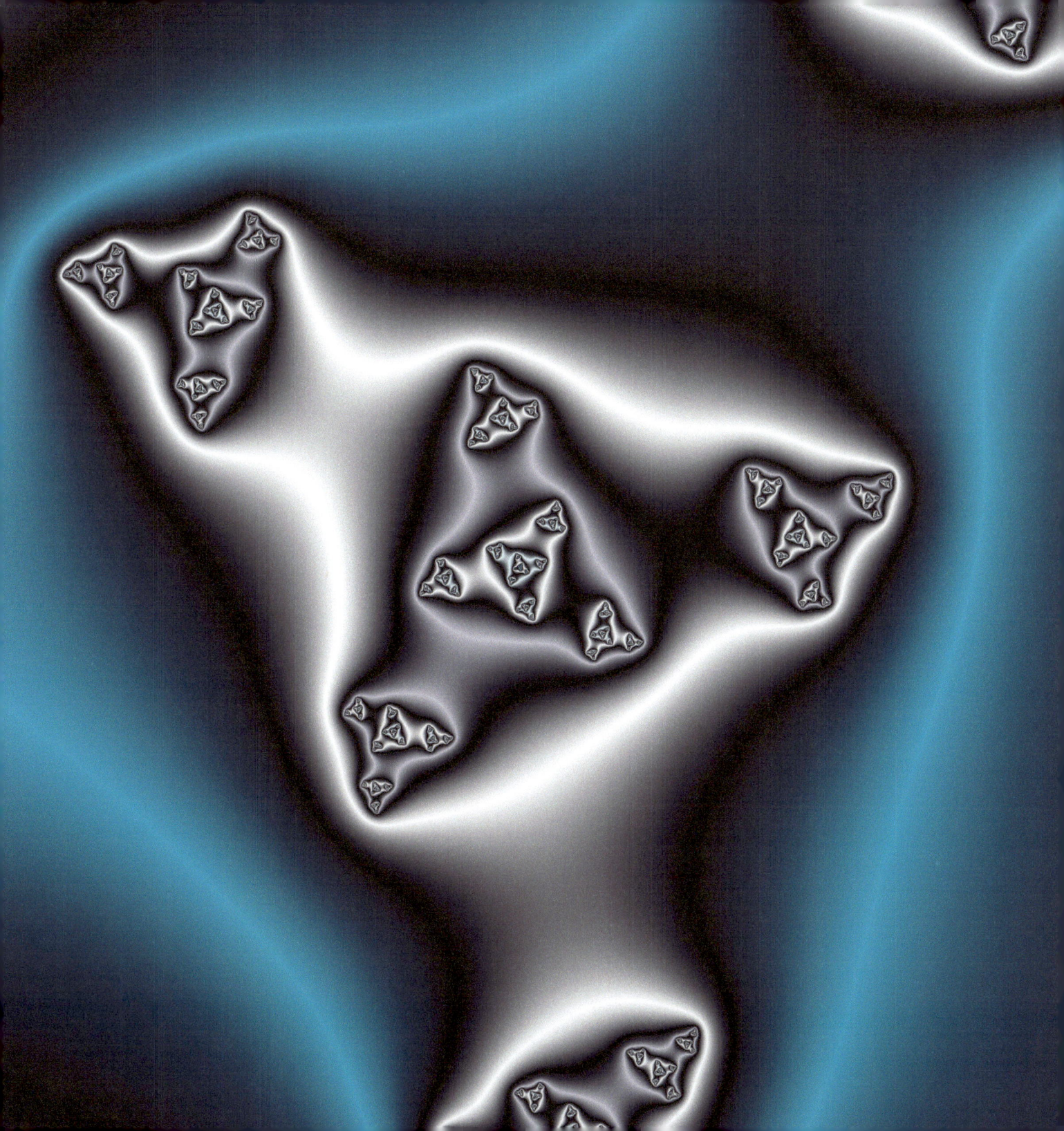

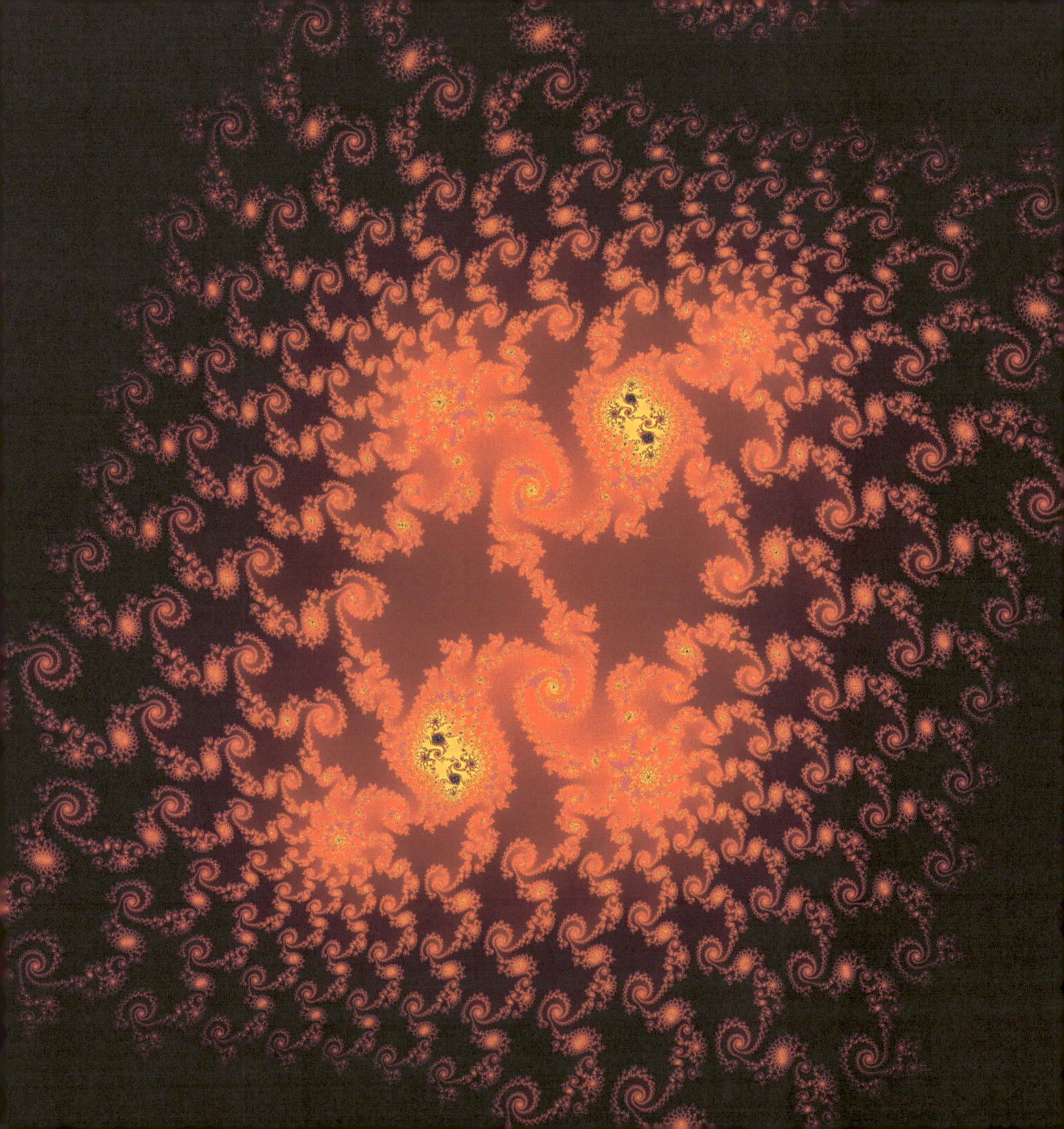

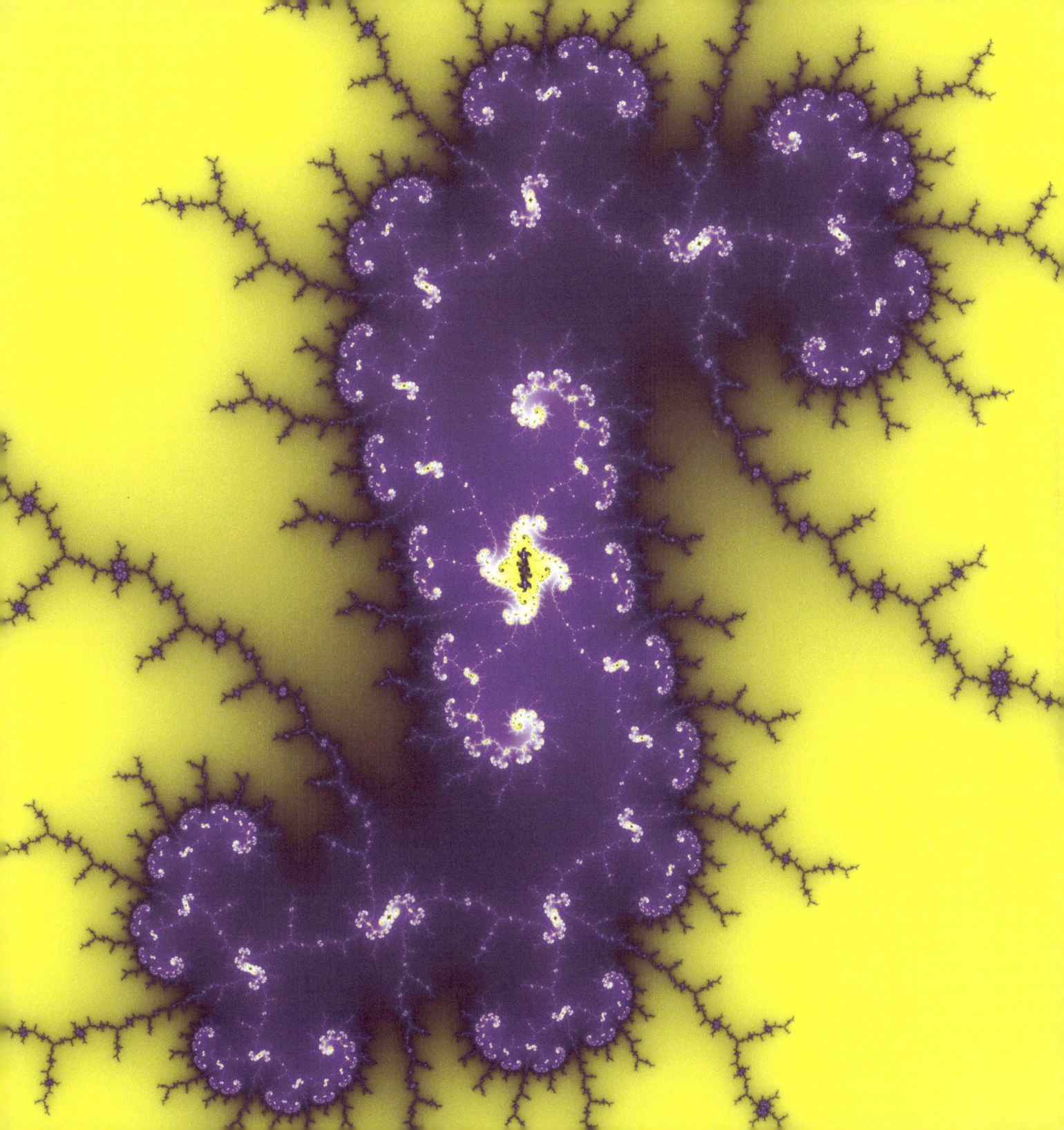

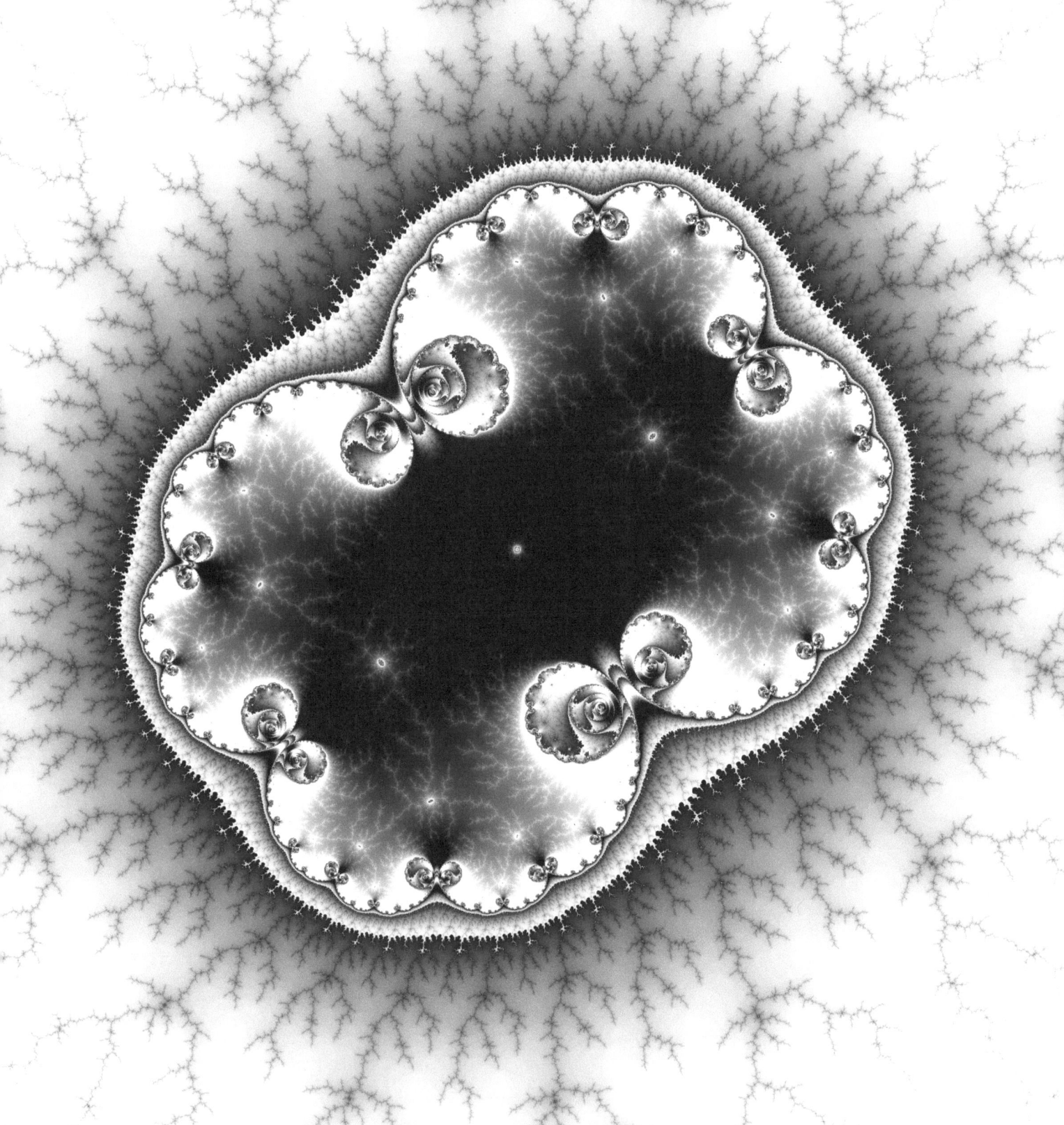

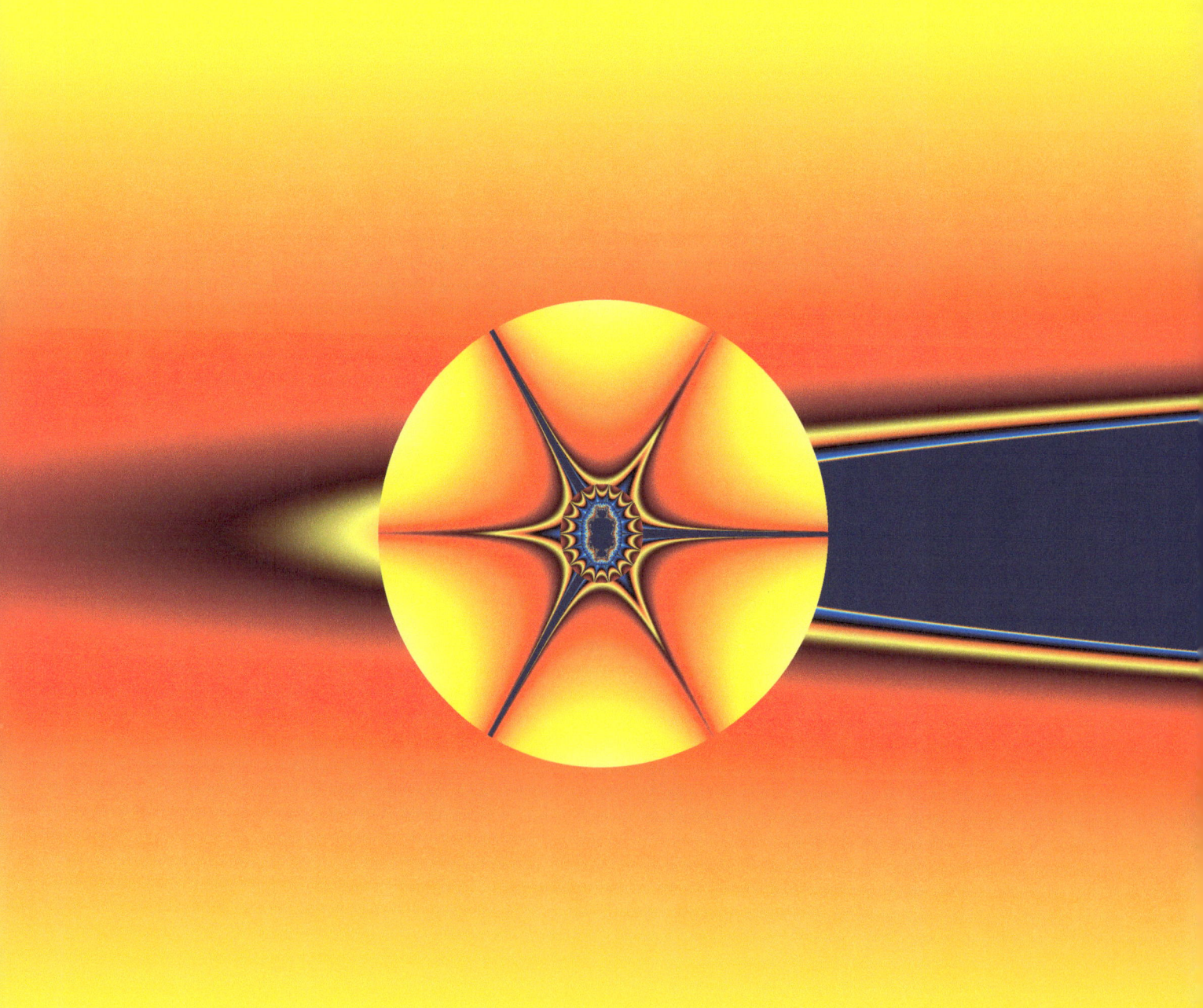

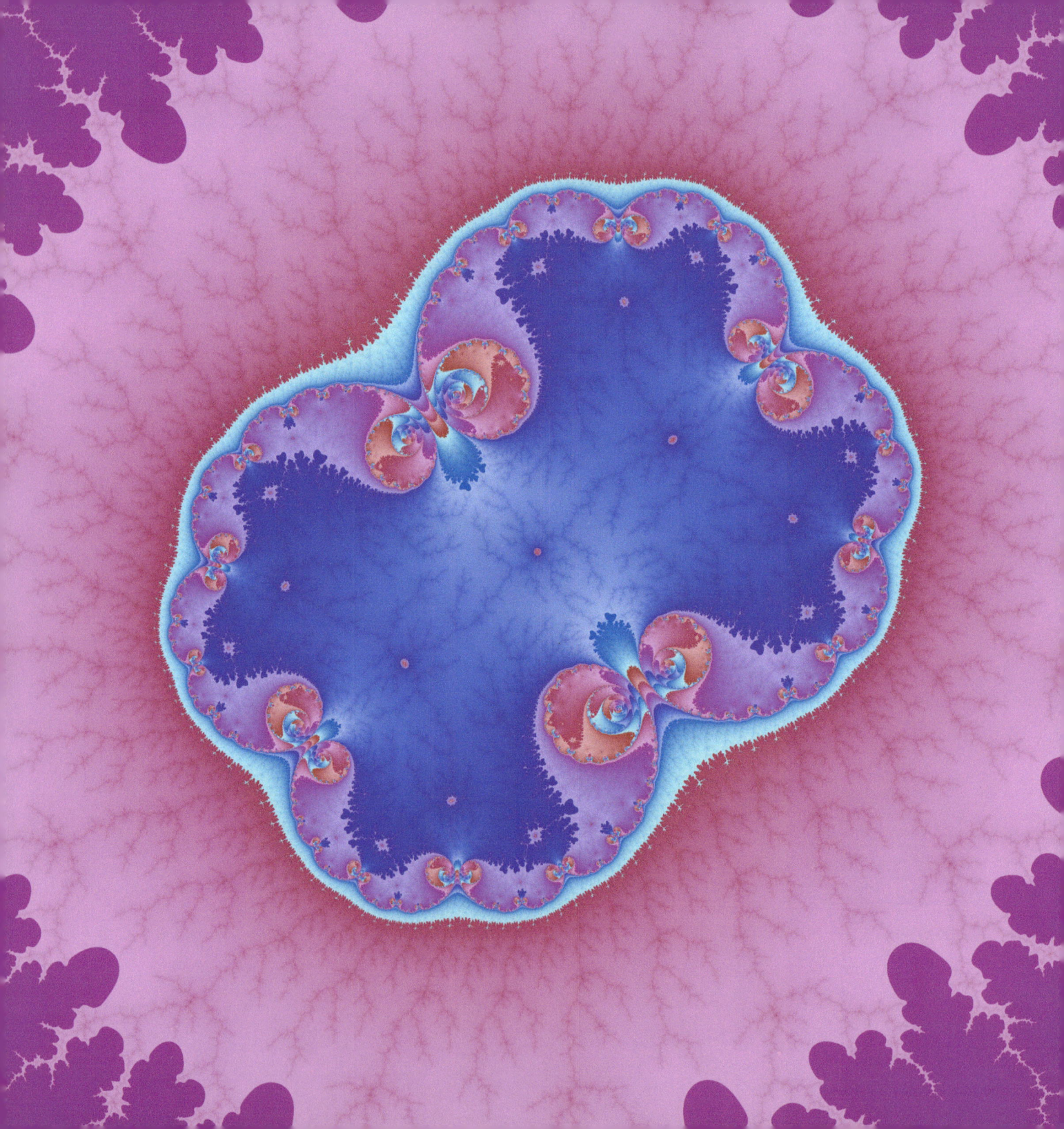

www.ingramcontent.com/pod-product-compliance
Lightning Source LLC
Chambersburg PA
CBHW041529070526
44586CB00002B/22